ஒரு
ஊமைக் குயிலின்
மௌன ராகம்...

க.பிரபாகரன்

இருட்டான என்
இதயத்தில்
இருந்து பிறந்த
இந்த கவிதைகளை
உங்கள் விழி எனும்
வெளிச்சத்தில
படித்து மகிழுங்கள்...

க.பிரபாகரன்

சிந்தித்து எழுதிய
	கவிதைகள் இல்லை !
அவளைச் சந்தித்த பின்
	எழுதிய கவிதைகள் !

க. பிரபாகரன்

இக்கவிதை நூலை
என் தாய் தந்தைக்கு
சமர்ப்பிக்கிறேன்!!!

பெண்ணே

படித்தது என்னவோ பாடம் தான்!!!
ஆனால் மனப்பாடம் ஆனது
நீ மட்டும் தான்!!!

பெண்கள் - மலர்கள்

இரண்டிற்கும் இதழ்கள் உண்டு!!
ஆனால் இதயம் தான் இல்லை!!!.

க.பிரபாகரன்

அன்பே

உன் கண்கள்
எனும் கேள்வித்தாள்
கொண்டு
என் இதயம் எனும்
பதிலை நிரப்பி
காதல் தேர்வு எழுதி விட்டேன்!
உன் புன்னகை எனும்
பாஸ்மார்க் தர வருவாயா ?..

க.பிரபாகரன்

உள்ளம்

கனவு என்பது

கற்பனையில் மட்டும்!

கற்பனை என்பது

கவிதையில் மட்டும்!

கவிதை என்பது

கதையில் மட்டும்!

கதை என்பது

கருத்தில் மட்டும்!

கருத்து என்பது

உள்ளத்தில் மட்டும்!

உள்ளம் என்பது

உனக்கு மட்டும் தான் பெண்ணே!

க.பிரபாகரன்

பனித்துளி

காலையில் மலர்கள்
மீதுள்ள நீர்த்துளிகளைப் பார்த்து
மக்கள் பனித்துளி என்றனர்.
ஆனால் யாருக்குத் தெரியும்?
அது இரவின் குளிரைத் தாங்காமல்
சிந்தும் கண்ணீர் துளி என்று..

 க.பிரபாகரன்

மலர் என்று பிறந்திருந்தால்
மணம் தந்து வாழ்த்துக் கூறுவேன்!
மரமென்று பிறந்திருந்தால்
கனி தந்து வாழ்த்துக் கூறுவேன்!
கடலென்று பிறந்து இருந்தால்
முத்து தந்து வாழ்த்துக் கூறுவேன்!
நிலவென்று பிறந்து இருந்தால்
ஒளி தந்து வாழ்த்துக் கூறுவேன்!
வானென்று பிறந்திருந்தால்
நட்சத்திரம் தந்து வாழ்த்துக்
கூறுவேன்!
ஆனால் மனிதனாய்
பிறந்துவிட்டதால்.
என் மனதை தந்து வாழ்த்துகிறேன்!
நண்பன் என நினைத்தால்
இக் கவிதையை வாசி!
உன் அன்பன் என நினைத்தால்
என்னை நேசி!

க. பிரபாகரன்

பெண்ணே

உன்னை மறக்கவும் மனம் இல்லை
உன்னை வெறுக்கவும் குணம்
இல்லை
மரணம் என்னை முத்தம் இட்டால்
மங்கை உன்னை மறக்காமலே
எரிந்த உடலை அறிந்த நீயும்
என் மனதை புரிந்து கொண்டால்
தியாகம் செய்த உடலும்
யோகம் செய்து மகிழும்......

க.பிரபாகரன்

ஒரு
இரவின் புலம்பல்
(விலைமாதுவைப் பற்றிய கவிதை)

இதோ

இந்த இரவுகளில்தான்

என் உலகம்

விடியல் காண்கிறது!

எனக்கான

புது மணமகனை

தேடி வந்து இருக்கிறேன்!

தாலி கட்டிக் கொள்ளும்

திருமணம் இல்லை!

ஆனால் சாந்தி முகூர்த்தம்
என்றால் மட்டும் சம்மதம்!

ஆடைகள் எல்லாம்
சுகந்திரமாய்!

தேகங்கள் எல்லாம்
இயந்திரமாய்!

அனுபவங்கள்
இங்கே ஏராளம்!

உண்மையுடன்
உடல் ஒத்துக் கொண்டால்
காசு பணம் தாராளம்!

குடிகொண்ட குடிமகனிடமும்
என் இரவுகள் கொஞ்சும்!

அனைத்து அடைந்த பின்
கண்ணீர் மட்டும் மிஞ்சும்!

என் கட்டிலுக்கு
வயது வித்தியாசம் இல்லை!

சில நேரம்
இருபதும் உண்டு!

பல நேரம்
அறுபதும் உண்டு!

மாத விலக்கில் தான்
என் மனச் சுமைகள் மறந்து போகும் !

மாத்திரைகளால்
சில சமயம் அது இறந்து போகும்!

இளமை
என் உடலில் இருக்கும்
வரை தான்
என் இரவுகள் இனிமையாய்!

முதுமையை நான்
தொட்டு விட்டால்
என் கட்டிலில்
நான் மட்டும் தனிமையாய்!

இதோ இன்றைக்கும்
எனக்கான மணமகனை
தேடி கட்டிலில் காத்திருக்கிறேன்....

க.பிரபாகரன்

சொல்லாமல்

       செல்கிறேன்!!!

சொல்லாமல்
செல்கிறேன் அன்பே!

ஆயிரம் முறை
இனிக்கச் சொல்லிய
என் காதலை
இம் முறை உன்னிடம்
சொல்லாமல் செல்கிறேன்!

எங்கு செல்வேன்
என்பது தெரியாது!

ஆனால் உனை
விட்டு தொலைவாய்
தொலைந்து போகிறேன்!

நேசிக்க
கற்றுக் கொடுத்தவளே!

எனை நேசிக்க
மறப்பதையும் கற்றுக் கொள்!

ஆயுள் முழுவதும்
உன்னுடன் இருப்பவன்
என்று சொன்னவன்

இன்று அரைநொடி கூட
உன்னுடன் வாழமால்
சொல்லாமல் செல்கிறேன்..

புன்னகை சிந்தி
பார்த்த உன் முகத்தை

கண்ணீர் சிந்தி
பார்க்க மனம் இல்லாமல்
சொல்லாமல் செல்கிறேன்....

பிரிவா ? மரணமா?
என்பதில்
மரணத்துடன் வாழ்வதை விட
பிரிவுடன் வாழ்ந்து
பார்க்கலாம் என
சொல்லாமல் செல்கிறேன்....

எனை
திட்டி திட்டியே
உன் காலம் கழிந்து போகும்!

எனை

தேடி தேடியே

உன் தேகம் மெலிந்து போகும்!

அழுது முடித்தால்

உன் ஆற்றாமை அடங்கி போகும்!

மனம் மாற்றாங் கொண்டு

இன்னொருவனை

மணந்து கொள்வாய்

என்ற நம்பிக்கையில்

செல்லாமல் செல்கிறேன்!

மறுபடியும் ஒரு

மறுபிறவி கிடைத்தால்

உன் மடியில் தலை சாய்க்கும்

காதலனாய் மீண்டும்

பிறப்பேன் என்றும்

இம் முறை வாழாத
காதலை அம்முறை
உன்னுடன் வாழுவேன்
என்றும்
சொல்லாமல் செல்கிறேன்.....

க.பிரபாகரன்

யார் அந்த ஒருத்தி?

அதிகாலையில்
அலை பேசியில் வழியாக
அம்மாவின் ஆசி கிடைத்தது!

கூடவே
குறுஞ்செய்திகள்
குறும்புக்கார நண்பர்கள்
இடம் இருந்து!

கை குலுக்கி
வாழ்த்துக்களை
தெரிவித்தனர்
அலுவலகத் தோழர்கள்!

ஸ்வீட் எடு
கொண்டாடு!
அன்புத் தொல்லை தரும்
தோழிகளிடமிருந்து!

மச்சி ஒரு
குவார்ட்டர் சொல்லு
இது குடிமகன் நண்பர்களிடமிருந்து!

முகம் அறியாத
நபர்களின் வாழ்த்துக்கள் வந்தது
முகநூல் மூலமாக!

வாட்ஸ் அப் வழியே
வந்தபடி இருந்தன
பிறந்த நாள் வாழ்த்துக்கள்...

எல்லாம் கிடைத்தும்
மனம் நிறைவுபெற மறுத்தது.

யார் ஒருத்திக்காக
நான் பிறந்தேன்?
அவளின் வாழ்த்து
மட்டும் கிடைக்காமல்
முடிந்து போனது
என் பிறந்த நாள்!!!!

க.பிரபாகரன்

Break Up

அடிக்கடி
டாப் அப் இனி
அலைபேசிக்கு இல்லை!

அழகான உன்
அழைப்பை எதிர்பார்த்து
இனி காத்திருக்க வேண்டாம் !

உன் குறுஞ்செய்தியை
எதிர் நோக்கி இனி
உறக்கம் தொலைக்க வேண்டாம் !

அதிக எரிபொருள் செலவு
இனி என்
இருசக்கர
வாகனத்திற்கு வேண்டாம்!

மாலை நேர பூங்காவில்
இனி கால் வலிக்க
காத்திருக்க வேண்டாம்!

மறைந்து மறைந்து திருட்டு தம்
இனி அடிக்க வேண்டாம்!

மணிக்கொரு முறை
சொல்லும் பொய்யும்
இனி வேண்டாம்!

செல்லப் பெயர்
சொல்லி
இனி கொஞ்ச வேண்டாம்!

கடற்கரை மணலில்
சுண்டல் செலவு
இனி வேண்டாம்!

உன் மடி
சேர வேண்டாம்!
என் தோள்
சாய வேண்டாம்!

மாதந்தோறும்
செல்லும் திரை அரங்கில்
கார்னர் சீட்
இனி வேண்டாம் !

சந்தோசம் தரும்
சந்திப்பும் வேண்டாம்!
சங்கடம் தரும்
சந்தேகம் வேண்டாம்!

எதிர்பார்ந்து எதிர்பார்த்து
இனி ஏமாற வேண்டாம்!

பெண்கள் தரும்
காதலும் வேண்டாம் !
காதல் தரும்
கண்ணீரும் வேண்டாம்!

க.பிரபாகரன்

நிலவுடன் ஒரு பயணம்!

கதிரவன் உதிக்கும்
வேளையில்
என்
கண் முன்னே
நடந்து வந்தது ஒரு நிலவு...

என் கண்களை
நானே கேட்டுக் கொள்கிறேன்.
காண்பது கனவா?
இல்லை நனவா ?
என்று!

இதுதான்
முதல் தடவை
தேவதை ஒன்று
வெண்ணிற
ஆடையை விடுத்து
சுடிதார் ஆடையை
சூடிக் கொண்டது.

நின்ற கொண்டிருந்த
பேருந்தில் ஏறிக் கொண்டாள்!

அசதிகள் எல்லாம்
ஒன்று சேர்ந்ததால்
அயர்ந்து உறங்கிக்
கொண்டிருந்தாள்!

ஓ
இது தான் தேவதைகள்
உறங்கும் நேரமோ?

சில மண நேரத்திற்கு பின்
தன்னை சிறப்பாக்கி கொண்டாள்!

ஆடலும் பாடலும் அரங்கேறியது
அவள் இருந்த இடத்தில்..

அவளின் இதழ்களை
சுவைக்கத் தொடங்கின
ஆப்பிள் பழத் துண்டுகள்!

அவளின்
பாதச் சுவடி பட்டதும்
தனக்கு உண்டான பரிக்காரத்தை
தேடிக் கொண்டது
பாண்டிச்சேரி மண்!

ஆண்டவன் ஆலயத்தில்
அடி எடுத்து வைத்தாள்!

கற்சிலைகள் எல்லாம்
கண் சிமிட்டி கொண்டது!
உயிர் உள்ள சிலை
ஒன்று உள்ளே வந்ததால்!

கடற்கரை மணலில்
அவளின் காலடித்தடம்
பதிந்த இடத்தில் எல்லாம்
நானும் காலடி தடம் பதித்தேன்!

அவளின்
காலடி தடம் மட்டும் அல்ல
என் காதலும்
அழிந்து விடக் கூடாது
என்பதற்காக!

பொய்யாக வெறுப்பதாய்
நினைத்துக் கொண்டு
உறங்க சென்றேன்!

அப்படியே உறங்கியும் போனேன்!!
கண்விழித்து பார்த்தபொழுது
என் தேவதை எனை வீட்டு
மறைந்து இருந்தாள்!

அப்பொழுது தான்
தெரிந்து கொண்டேன்!
தேவதைகள் சொல்லி வருவார்கள்
சொல்லாமல் மறைவார்கள் என்று!

இன்னாளை
பின் நாளைய வரலாற்றில்
எழுதுவார்கள்.

நிலவில் பயணம்
செய்தவர்களை விட
நிலவோடு பயணம்
செய்தவன் இவன் என்று

க.பிரபாகரன்

தொலைந்து போன இதயம்!!!

தொலைந்து விட்டது
என் இதயம்!!!

ஆனால் தொலையாமல்
அவளின் நினைவுகள்!!!
முகம் மூடி மறக்க முயன்றேன்
என் முதல் காதலை!!!

மூர்க்கத்தனமாய் என்னுள்
அடங்கிபோனது
அதுவே கடைசிக் காதல்!!!!
எண்ணிப் பார்க்கிறேன்
என் பெயரை
எப்பொழுது மறந்தேன்
என்று!

விடலைப் பருவத்தில்
வந்த காய்ச்சல் இல்லை
என் முதல் காதல் !!!

விழிகளால் விஜயம் செய்து- காதல்
மொழிகளால் எனை கைது
செய்தாள்!!

மூன்றாண்டுகள்
முடிந்த பின்னும்
அவளிடம் சொல்ல முடியவில்லை
என் காதலை!!

தப்பு என்று
எண்ணி விடுவாளோ?
இல்லை

தகுதி இல்லாதவன்
என தள்ளி செல்வளோ?

இறுதியாய்
எழுந்து சொல்ல வந்தேன்
என் இதயம்
படும் இன்னல்களை!!!!
உறுதியாய்
என்னை ஒப்படைத்து விடலாம்
என எண்ணிக் கொண்டே
சென்றேன்!!!

ஆம்
அவளே வந்து விட்டாள்!!
என்
இதயம் இடம் மாறி
துடிதுடித்தது !!!

சொல்லத்தான்
இதழ் திறந்தேன் !!

ஆனால் சொல்லும் முன்
என் கைகளில்
அவளின்
மண விழா அழைப்பிதழ்!!!

தொலைந்து விட்டது
என் இதயம் !!
ஆனால் தொலையாமல்
அவளின் நினைவுகள்!!!

க.பிரபாகரன்

என் உயிரின்
மறு பாதிக்கு!!!!

எங்கு இருக்கின்றாய்
என்னவளே
எங்கு இருக்கின்றாய்?

உன்
முந்தானைச் சேலையில்
என்னை
முழுவதுமாய் ஆட்கொள்ள

நீ எங்கு
பிறந்து இருக்கின்றாய்?

உன் படிப்பு
பட்டப்படிப்பா?
இல்லை
பத்தாம் வகுப்பா?

உன் நிறம்
கண் இமை கொண்ட
கரு நிறமா?
இல்லை
மண் நிறம் மாறாத
மாநிறமா?
இல்லை
பால் நிறம் காணும்
வெண்ணிறமா?

நீ
பாவாடை தாவணி
கட்டிக் கொண்ட

கிராமத்துப் பெண்ணா?
சுடிதாரை
சுமந்து செல்லும்
நகரத்து பெண்ணா?
ஐ ஹீல்சை அணியும்
ஆடம்பரப் பெண்ணா?

உன்னை தேடியே
என் பகல்கள் முடிகின்றன...
உன்னைப் பற்றிய
கனவுகளுடன் என் இரவுகள்
தொடர்கின்றன...

என் காதலை
உனக்காக சேர்த்து
வைத்திருக்கின்றேன்!

உன்னுடன் செலவு
செய்ய வேண்டும் என்பதற்காக!!!

உன்னைப் பற்றி
எழுதவே
என் கவிதை தாள்கள்
இன்னும்
வெற்றுத் தாள்களாக
நிரப்பாடமல்
நிறைந்து இருக்கின்றது!

உன்னைப் பற்றி வரையப்பட்ட
ஓவியத்தில் முகம் மட்டும்
இன்னும் முடிக்க படாமல் உள்ளது!

என் வீட்டுத் தோட்டத்தில்
ரோஜா மலர்கள்
மணம் இழந்து மலர்கின்றன...

சூடிக் கொள்ள
உன் போல்
மங்கை இல்லாததால்..
என் தோள்கள்
சோர்வின்றி தோய்ந்து போனது...

தோள் சாய்ந்து கொள்ள
உன் போல்
தோழி இல்லாததால்...

என் தலைமுடியை
அடிக்கடி சரி
செய்து வாருகின்றேன்!!!!

நீ வந்து
என் தலை
முடியை கலைத்து விடுவாய் என்று!!!

உன் ஆப்பிள்
பழக் கன்னங்களை
கிள்ளுவதற்காக
காத்து இருக்கின்றன
என் கைகள்!
நொடிக்கு ஒரு முறை
பொய் சொல்லி
பழதிக் பார்க்கின்றேன்....

நான் சொல்லும்
பொய்களுக்கு
என் தலையில்
நீ வைக்கும்
செல்ல குட்டிக்கிற்காக!

இன்னும் இதுபோல்
எண்ணற்ற ஆசைகளை
மனதில் சுமந்து
உனக்காக காத்திருக்கிறேன்
நீ வருவாம் என!!!!!

க.பிரபாகரன்.

நீரை விரும்பாத
மீனும் இல்லை!
பெண்ணை விரும்பாத
ஆணும் இல்லை!

க.பிரபாகரன்

அன்றே கொன்றால்
அரசன்!
நின்று கொன்றால்
தெய்வம்!
கொஞ்சம் கொஞ்சமாய்
கொன்றால்
அதுதான்
காதல்....

க.பிரபாகரன்

காதலர் தினம்

பெண்ணே
இன்று
காதலர் தினம்!

என் இரவுகளை
இரவல் வாங்கி
கனவிலும்
எனக்கு
தோள் கொடுத்தவள்!

காதலர் தின பரிசாக
உனக்கு நான்
என்ன கொடுக்க?

காதலின் சின்னம்
தாஜ் மஹால் நான்
தரவா?

வேண்டாம்
என்னை பொறுத்தாரை
அது ஒரு
காதல் சமாதி!

சிவனை போல்
பாதி உடலை தரட்டுமா?
வேண்டாம்
என் மனம்
முழுவதும்
நீ தான் நிறைந்து இருக்கின்றாய்!

எடுத்து கொண்டேன்
பூச்செண்டை
காதலர் தின
பரிசாக உனக்கு!

நீ இருக்கும் இடத்தை
அடைந்தேன்!

அட அமைதியாக
உறங்கிக் கொண்டிருக்கிறாய்!

வைத்து விட்டேன்
பூச்செண்டை
உன் கல்லறையில்!

உன்னை இழந்து
இதோ இன்றோடு
2 ஆண்டு வருடங்கள்
கடந்து விட்டன!

நீ இல்லாத உலகில்
எனக்கு பட்டும்
ஏனடி வாழ்வு
ஏற்றுக் கொள்
என்னையும்
உந்தன் உலகத்தில்!

க.பிரபாகரன்

ஆடம்பர வாழ்வுக்கு ஆசைப்பட்டு
நிகழ் கால ஆசைகளை
மண்ணுக்குள்
புதைத்து போனேன்!

பல வருட
பண வாழ்வுக்கு பின்
புதைந்து போன
ஆசைகள் தேடிப் புறப்பட்டேன்!

புதைத்து வைத்த இடத்தில்
ஆசைகளை
தோண்டிப் பார்த்தேன்!

ஆசைகள் எல்லாம்
அங்கும் இங்குமாக
சிதறிக் கிடந்தன!

பார்க்க விரும்பிய
படம்!
உண்ண நினைத்த
உணவு!
உடுக்க நினைத்த
உடை!

மரணப் படுக்கையில்
மடியக் இருந்த
ஆசைகளுக்கு
மறுபடியும்
உயிர் கொடுத்தேன்
ஆடம்பரம் எனும் மருந்து கொண்டு!

ஆசைகள் எல்லாம்
கிடைத்த மகிழ்ச்சியில்
ஆர்வமாய் புறப்பட்டேன்!

ஏதாவது
ஆசை விடுபட்டதா
என்று எட்டிப் பார்த்தேன்!

ஆசைகளுக்கு
காரணமாய் இருந்த
காதல் மட்டும் மண்ணோடு
மரித்து போயிருந்தது!

ஆசைகளை
அப்படியே விட்டுவிட்டு
மண்ணோடு மரித்துபோன
காதலை மட்டும்
மனதோடு சுமந்து செல்கிறேன்!

க.பிரபாகரன்

மறக்க தான் நினைக்கிறேன்
உன் நினைவுகளை!

வெட்கித் தலை குனிந்து
நீ இருக்க
கொண்டு வந்த
மோதிரத்தை
உன் கரம் பிடித்து
பின் மணம் முடிப்பேன் என்று
என் காதலை சொல்லிய
அந்த காதலர் தினத்தை!

குட்றைட் என்று சொல்லி
என்னை தூங்க வைத்த
இரவுகளையும்!

குட்மார்னிங் என்றுசொல்லி
என்னை எழுப்பி விட்ட
விடியல்களையும்!

நொடிக்கு ஒரு முறை
நீ அனுப்பும்
குறும் செய்திகளுக்கு
பதில் அளித்த
என் வாட்ஸ் அப் பதிவுகளையும்!

இரவோடும்
உன்
குரலோடும்
பேசிய அந்த
அலைபேசி அழைப்புகளை!

ஷேர் ஆட்டோவில்
என் தோளில் சாய்ந்து
நீ தூங்கிய
அந்த அழகான நாட்களையும்!
எனக்கு நீ
உனக்கு நான்
என பரிமாறிக் கொண்ட
அந்த பானி பூரி
கடை ஞாபகங்களை!

கோயம்பேடு பேருந்து
நிலையத்தில்
மணிக்கணக்காய்
உன்னை மடியில்
தாங்கிக் கொண்டு
நீ தூங்க
நான் தூங்காமல் போன

அந்த நினைவுகளை !

கோவம் கொண்டு
நான் பேசும் பொழுது
அப்பாவி போல் வைத்திருக்கும்
அந்த அழகு முகத்தை!

என்றோ ஒரு நாள்
நான் உடைந்து அழுத பொழுது
என் கண்ணீர் துடைத்து
உனக்கு நான் இருப்பேன்
என்று சொல்லிய அந்த
வார்த்தைகளை!

திரை அரங்கில்
உன் கன்னம்
என் கன்னம்
ஒன்று சேர்த்த படி
எடுத்து கொண்டு புகைப்படங்களை!

வருட முடிவின்
இறுதி நாளில்
என் காதலுக்கும்
இறுதி தினம்
என தெரிய
வைத்து என் வாட்ஸ் அப் ஐ
பிளாக் செய்த அந்த நாட்களை!

ஆறு மாதங்கள்
தொடர்பு சாதனங்கள் இருந்தும்
உன்னை தொடர்பு
கொள்ள முடியாமல்
நான் தவித்த
அந்த தவிப்புகளை!

உனக்கு மணம் முடித்த விழா
மூன்று மாதம் கழிந்து
தெரிந்து கொண்ட நேர(ண)த்தை!

அழுத படி நான்
உன் திருமண புகைப்படத்தை
பார்க்கையில்

நீயும்
அழுது கொண்டுதான்
புகைப்படத்தில் நின்றாய்
என தெரிந்த பின்
கட்டுக்குள் அடங்கமால்
வழிந்த என் கண்ணீரை!

கடைசியில் நான்
என் கணவன்
உடன்கலந்து விட்டேன்
நீயும் கடந்து விடு
என சொல்லிய அந்த நிமிடங்களை!

கடந்து செல்ல
நான் முயன்று பார்த்த
அந்த வழிகளை!

நீ என்னை தூங்கா
வைக்காத பொழுது
நானாக தூங்க கற்று
கொண்ட அந்த இரவு!!

நீ எழுப்பி விடாமல்
நானாக எழும்பிய அந்த அதிகாலை!

நாம் விரும்பி
உண்ட அந்த
பானி பூரியை
நான் தனியாய் உட்கொள்ள
பழகிக் கொண்ட பொழுது!

திரை அரங்கில்
தனியாக புகைப்படம்
எடுக்கக் கற்றுக் கொண்ட பொழுது!

ஷேர் ஆட்டோவில்
மட்டும் அல்ல
இனி யாருக்கும் என்
தோள்களை தர போவது இல்லை
என முடிவு செய்து பொழுது!
யதர்த்தமாக
உன் திருமண புகைப்படத்தை
பார்க்க தொடங்கிய பொழுது!
உடல் காக்கும்
மருந்துக்கும்
முடிவு தேதி
இருப்பது போல்

அன்பு காட்டும்
உறவுக்கும்
முடிவு இருக்கும்
என ஏற்றுக் கொண்ட பொழுது!

எல்லாம் மறந்து போகும்
காதலும் கடந்து போகும்
என புரிந்து கொண்ட பொழுது!
மறக்க முடியும்
உன் நினைவுகளை
என நம்புகிறேன்!

க.பிரபாகரன்